AF199052

Impressum
Verlag: BABADADA GmbH, Nedderfeld 112 , 22529 Hamburg
Geschäftsführer / Verlagsleitung: Harald Hof
Druck: Books on Demand GmbH, In de Tarpen 42, 22848 Norderstedt

Imprint
Publisher: BABADADA GmbH, Nedderfeld 112 , 22529 Hamburg, Germany
Managing Director / Publishing direction: Harald Hof
Print: Books on Demand GmbH, In de Tarpen 42, 22848 Norderstedt

school

makaranta

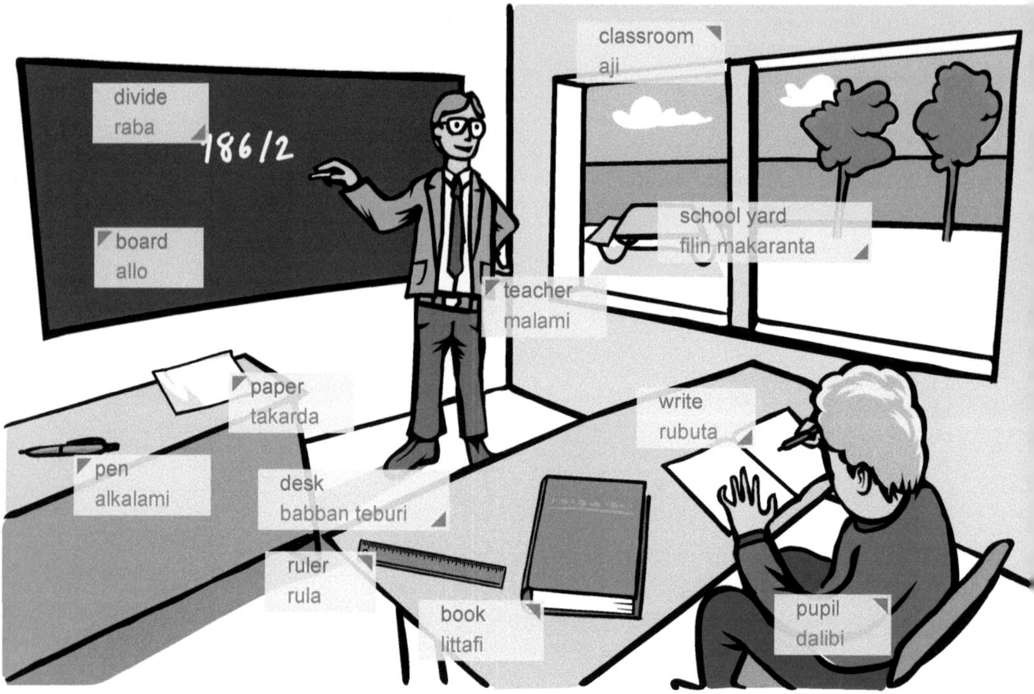

classroom
aji
divide
raba
186/2
board
allo
school yard
filin makaranta
teacher
malami
paper
takarda
write
rubuta
pen
alkalami
desk
babban teburi
ruler
rula
book
littafi
pupil
dalibi

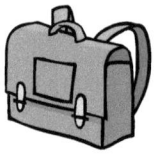

satchel

jakar makaranta

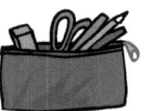

pencil case

gidan fensir

pencil

fensir

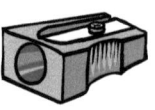

pencil sharpener

abin fike fensir

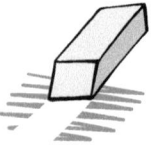

rubber

kilina

drawing pad

kwalin zane

drawing
zane

paintbrush
burushin fenti

paint box
gwangwanin fenti

scissors
almakashi

glue
gam

exercise book
littafi aiki

homework
aikin gida

number
lamba

add
kara

subtract
debe

multiply
yi sau

calculate
kwakuleta

letter
wasika

alphabet
harafi

word
kalma

text
rubutu

read
karanta

chalk
alli

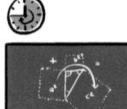

lesson
darasi

register
rijista

examination
jarabawa

certificate
satifiket

school uniform
kayan makaranta

education
ilimi

encyclopedia
kundin ilimi

university
jami'a

microscope
madubin kimiyya

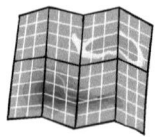

map
taswira

waste-paper basket
kwandon shara

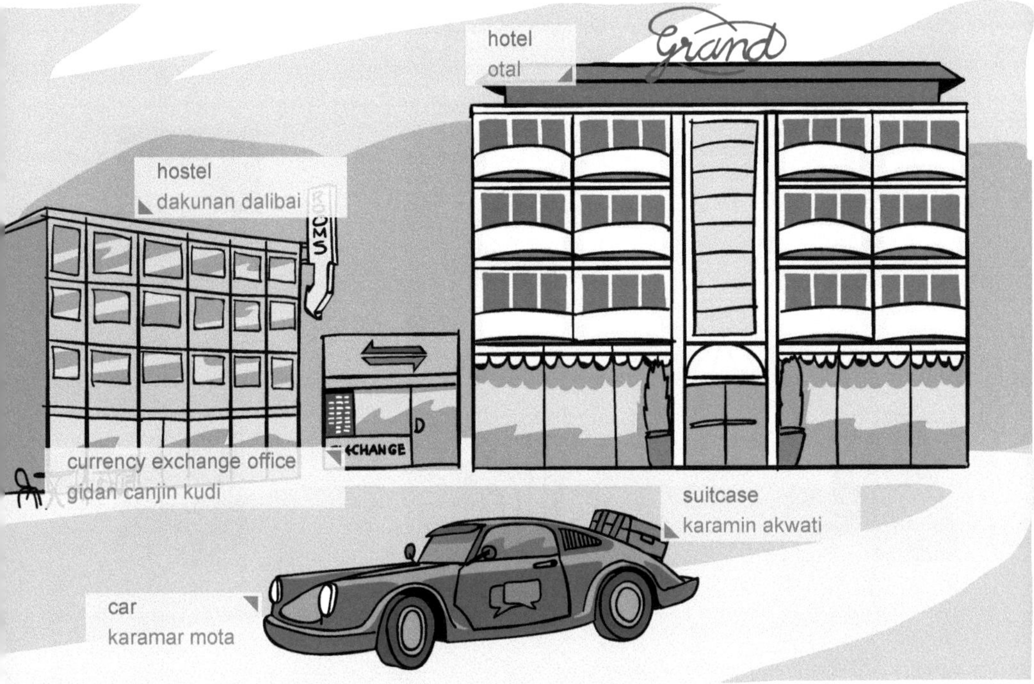

hotel
otal
Grand
hostel
dakunan dalibai
ROOMS
EXCHANGE
currency exchange office
gidan canjin kudi
suitcase
karamin akwati
car
karamar mota

language
yare

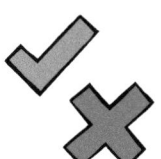

yes / no
e/a'a

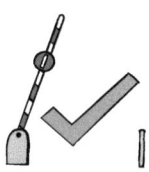

Okay
Ya yi

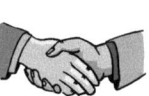

hello
barka dai

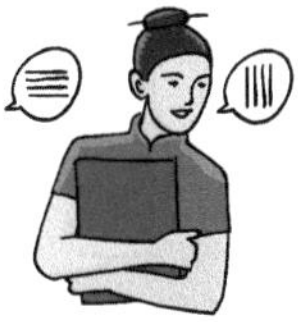

translator
mai fassara

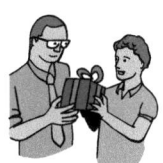

Thank you
Na gode

how much is...?

nawa ne...?

I don´t get it

ban gane ba

problem

matsala

Good evening!

Barka da yamma!

Good morning!

Ina kwana!

Good night!

barka da dare!

goodbye

sai an jima

direction

alkibla

luggage

kaya

bag

jaka

backpack

jakar goyawa

guest

bako

room

daki

sleeping bag

jakar barci

tent

tanti

tourist information

bayanin dan yawon bude-ido

beach

bakin ruwa

credit card

katin banki

breakfast

karin kumallo

lunch

abincin rana

dinner

abincin dare

Ticket

tikiti

elevator

daga

stamp

hatimi

border

iyaka

customs

kudin fiton kaya

embassy

ofishin jakadanci

visa

biza

passport

fasfo

transport

abin hawa

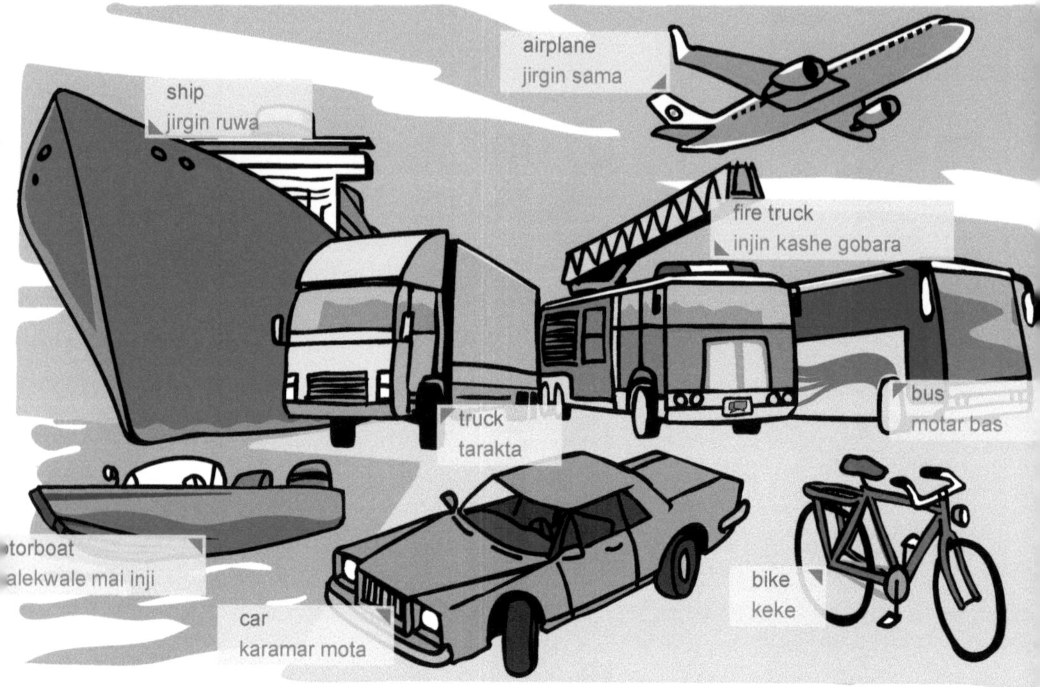

airplane
jirgin sama
ship
jirgin ruwa
fire truck
injin kashe gobara
truck
tarakta
bus
motar bas
torboat
alekwale mai inji
bike
keke
car
karamar mota

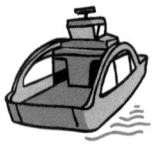

ferry

karamin jirgin ruwa

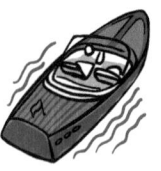

boat

kwalekwale

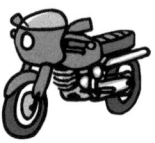

motorbike

babur

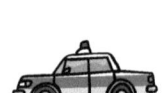

police car

motar 'yansanda

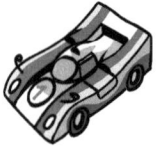

racing car

motar tsere

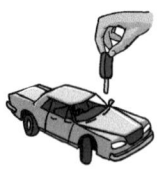

rental car

motar haya

car sharing

tarayyar karamar mota

tow truck

babbar mota da ta lalace

garbage truck

motar shara

engine

mota

fuel

mai

fuel station

gidan mai

traffic sign

alamar titi

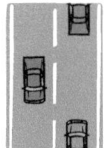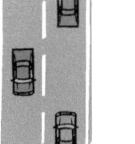

traffic

zirga-zirga

traffic jam

cunkoson ababen hawa

parking lot

wurin ajiye mota

train station

tashar jirgin kasa

tracks

filin tsere

train

jirgin kasa

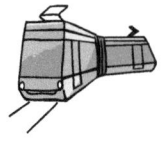

tram

jirgin kasa mai kyabil

wagon

keken doki

helicopter

helikwafta

airport

filin jirgin sama

tower

hasumiya

passenger

fasinja

container

mazubi

carton

kwali

cart

amalanke

basket

kwando

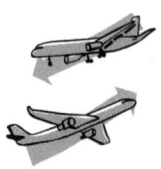

take off / land

tashi / sauka

city

birni

village

kauye

city center

tsakiyar birni

house

gida

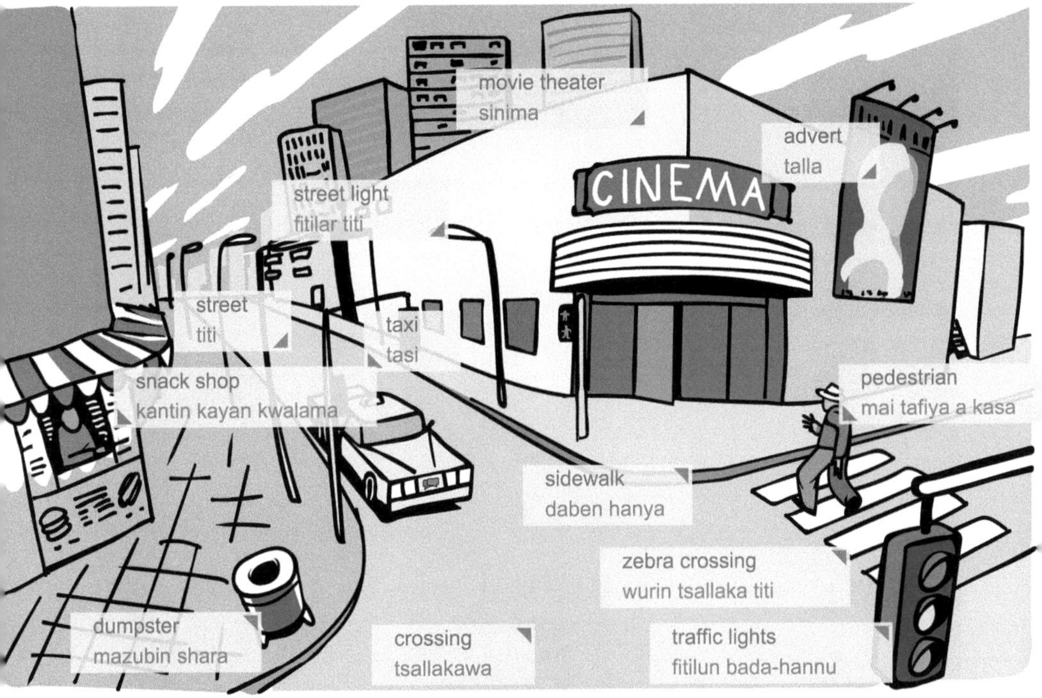

movie theater
sinima
advert
talla
CINEMA
street light
fitilar titi
street
titi
taxi
tasi
snack shop
kantin kayan kwalama
pedestrian
mai tafiya a kasa
sidewalk
daben hanya
zebra crossing
wurin tsallaka titi
dumpster
mazubin shara
crossing
tsallakawa
traffic lights
fitilun bada-hannu

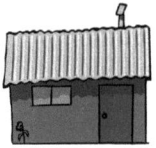

hut

bukka

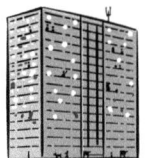

apartment

shafaffe

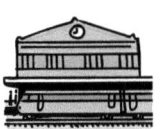

train station

tashar jirgin kasa

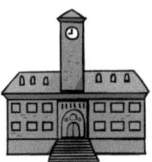

city hall

dakin taro

MUSEUM

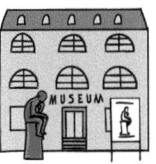

museum

gidan kayan tarihi

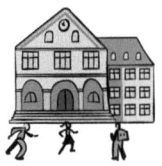

school

makaranta

university
jami'a

bank
banki

hospital
asibiti

hotel
otal

pharmacy
kantin magani

office
ofis

book shop
kantin littattafai

shop
kanti

flower shop
mai sayar da furanni

supermarket
babban kanti

market
kasuwa

department store
kanti mai sassa

fishmonger's shop
shagon sayar da kifi

mall
wurin sayayya

harbor
matsayar jiragen ruwa

city - birni

park

ma'ajiyar motoci

bench

benci

bridge

gada

stairs

kafar bene

subway

karkashin kasa

tunnel

ramin karkashin kasa

bus stop

matsayar bas

bar

mashaya

restaurant

gidan abinci

postbox

akwatin sakonni

street sign

alamar titi

parking meter

mitar ajiye motoci

zoo

gidan namun daji

swimming pool

kwamin iyo

mosque

masallaci

farm

gona

pollution

gurbata

cemetery

makabarta

church

coci

playground

filin wasanni

temple

dakin bauta

landscape

fadin kasa

leaf
ganye

signpost
turken alama

path
hanya

meadow
makiyaya

stone
dutse

tree
bishiya

hiker
mai tattaki

river
korama

grass
ciyawa

flower
fure

valley

kwazazzabo

hill

tudu

lake

tafki

forest

daji

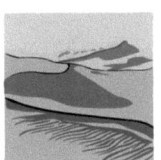

desert

hamada

volcano

amon dutse

castle

fada

rainbow

bakan-gizo

mushroom

malafar jaki

palm tree

bishiyar kwakwar manja

mosquito

sauro

fly

kuda

ant

tururuwa

bee

zuma

spider

gizo

beetle

burgunguma

frog

kwado

squirrel

kurege

hedgehog

bushiya

hare

zomo

owl

mujiya

bird

tsuntsu

swan

agwagwar ruwa

boar

aladen daji

deer

namijin barewa

moose

kanki

dam

dam

wind turbine

lantarki mai iska

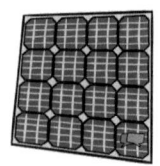

solar panel

farantin hasken rana

climate

yanayi

waiter
sabis

menu
jerin abinci

chair
kujera

soup
miya

pizza
fiza

cutlery
wuka da cokula

tablecloth
kyallen rufe tuburi

starter
makunni

main course
babban abinci

dessert
kayan zaki

drinks
kayan sha

food
abinci

bottle
kwalba

fast food

abincin tafi-da-gidanka

street food

abincin titi

teapot

tukunyar shayi

sugar bowl

kwanon sikari

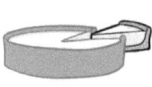

portion

gutsire

espresso machine

injin hada kofi

high chair

kujera mai tudu

bill

doka

tray

tire

knife

wuka

fork

cokali mai yatsu

spoon

cokali

teaspoon

cokalin shayi

serviette

kyallen cin abinci

glass

gilashi

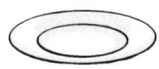

plate
faranti

soup plate
farantin miya

saucer
farantin kofi

sauce
hadin dandano

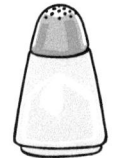

salt shaker
mazubin gishiri

pepper mill
abin nikan yaji

vinegar
lamurje

oil
mai

spices
kayan dandano

ketchup
miyar tumatir

mustard
mustad

mayonnaise
mayonnaise

supermarket
babban kanti

special offer
tayin musamman
customer
abokin ciniki
FOR
dairy products
matatsar nono
fruit
kayan marmari
shopping cart
abin daukar kaya

BUTCHERS

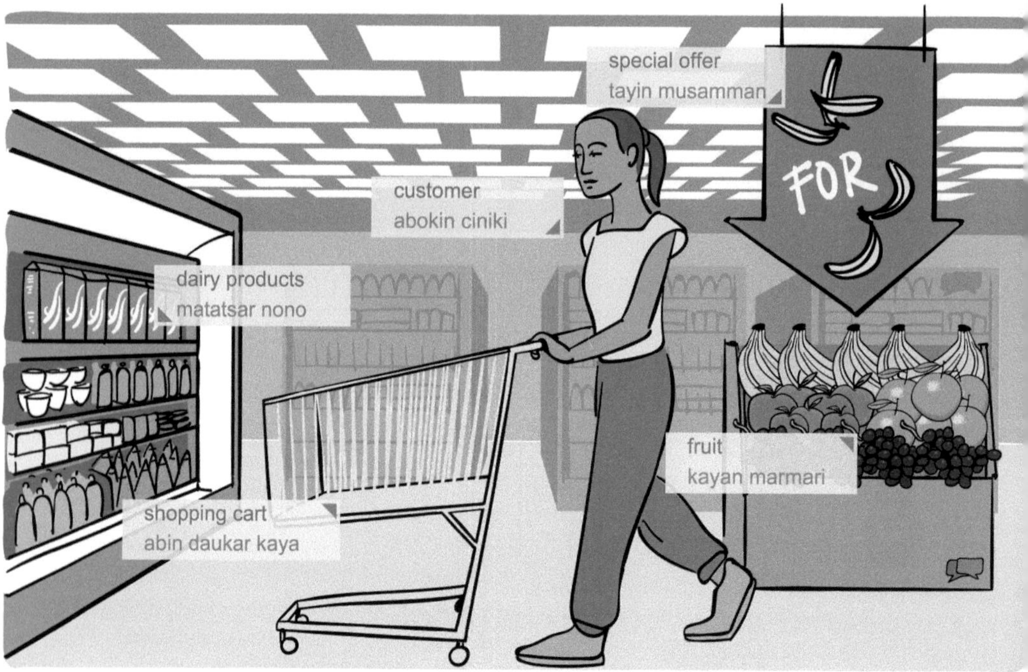

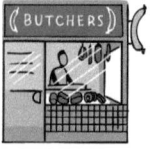

butcher's shop

na mahauci

BAKERY

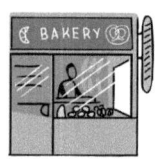

bakery

shagon mai burodi

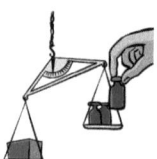

weigh

auna nauyi

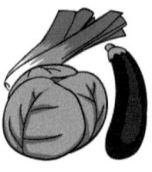

vegetables

kayan lambu

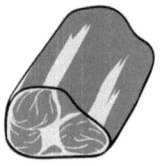

meat

nama

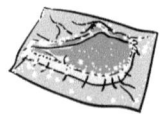

frozen food

darkararren abinci

cold cuts

nama mai sanyi

canned food

abincin gwangwani

detergent

garin sabulun wanki

candy

alewa

household products

kayan amfanin gida

cleaning products

kayan tsafta

sales representative

mai sayarwa

cash register

haro

cashier

mai biyan kudi

shopping list

jerin kayan sayayya

opening hours

sa'o'in budewa

wallet

alabe

credit card

katin banki

bag

jaka

plastic bag

jakar roba

water

ruwa

juice

ruwan 'ya'yan itace

milk

madara

coke

coke

wine

barasa

beer

giya

alcohol

barasa

cocoa

koko

tea

shayi

coffee

kofi

espresso

bakin kofi

cappuccino

kofi mai madara

banana

ayaba

apple

tufa

orange

lemon zaki

melon

kankana

lemon

lemon tsami

carrot

karas

garlic

tafarnuwa

bamboo

gora

onion

albasa

mushroom

kunnen-jaki

nuts

dangin gyada

noodles

dangin taliya

spaghetti

sufageti

rice

shinkafa

salad

man salak

fries

sala-sala

fried potatoes

soyayyen dankali

pizza

fiza

hamburger

hambaga

sandwich

sanwich

escalope

kwan nama

ham

naman alade

salami

salami

sausage

kilishin turawa

chicken

kaza

roast

gashi

fish

kifi

porridge oats

kamun oats

muesli

muesli

cornflakes

kwamfiles

flour

fulawa

croissant

fanke

bread roll

yankan burodi

bread

burodi

toast

gashi

cookies

biskit

butter

bota

curd

man shanu

cake

kek

egg

kwai

fried egg

soyayyen kwai

cheese

cuku

ice cream

askirim

sugar

sikari

honey

zuma

jelly

jam

nougat cream

cakuletin shafawa

curry

kori

farm

gona

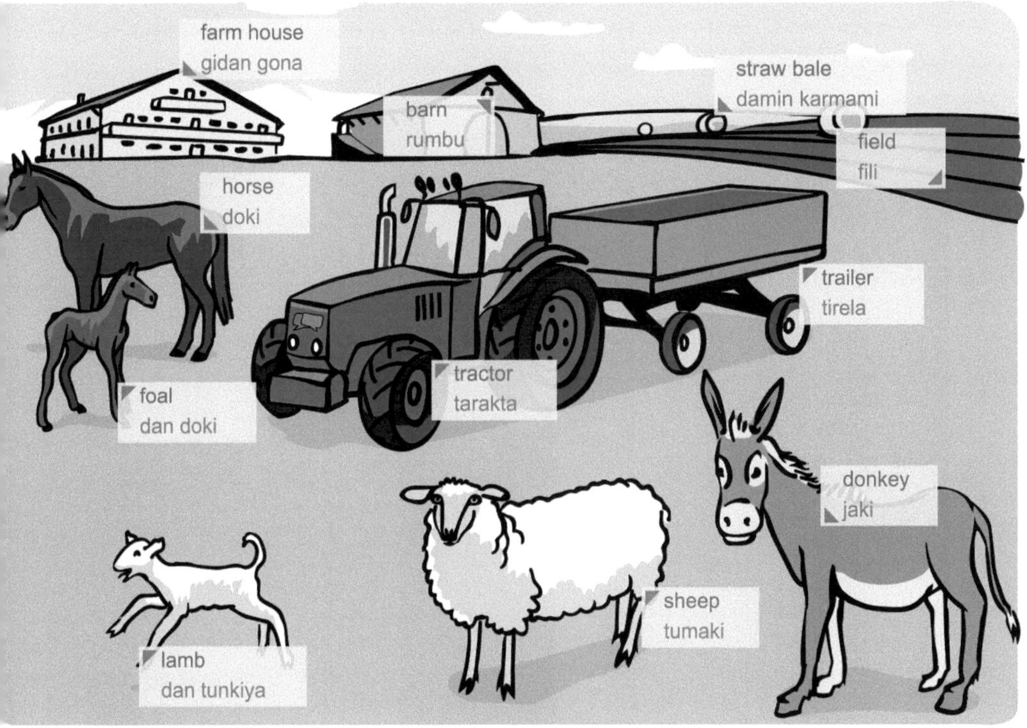
farm house
gidan gona
barn
rumbu
straw bale
damin karmami
field
fili
horse
doki
trailer
tirela
tractor
tarakta
foal
dan doki
donkey
jaki
sheep
tumaki
lamb
dan tunkiya

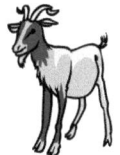

goat

akuya

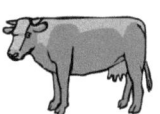

cow

saniya

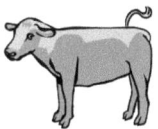

calf

maraki

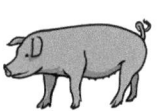

pig

alade

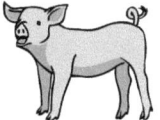

piglet

dan alade

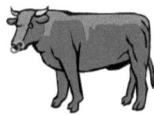

bull

bajimi

goose

dinya

duck

agwagwa

chick

dan tsako

hen

kaza

cockerel

zakara

rat

bera

cat

kyanwa

mouse

bera

ox

takarkari

dog

kare

dog house

dakin kare

garden hose

bututun lambu

watering can

bokitin ban-ruwa

scythe

ashasha

plow

garma

sickle

lauje

hoe

fartanya

pitchfork

cebur mai yatsu

axe

gatari

pushcart

wilbaro

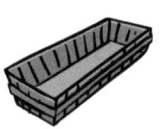

trough

mazubin abincin dabbobi

milk can

gwangwanin madara

sack

buhu

fence

shinge

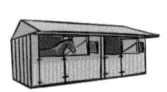

stable

barga

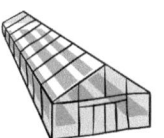

greenhouse

koren-gida

soil

rairai

seed

iri

fertilizer

taki

combine harvester

injin girbi da sussuka

harvest

girbe

harvest

girbi

yams

doya

wheat

alkama

soya

waken soya

potato

dankali

corn

dawa

rapeseed

furen mai

fruit tree

bishiyar kayan marmari

manioc

rogo

grain

hatsi

house
gida

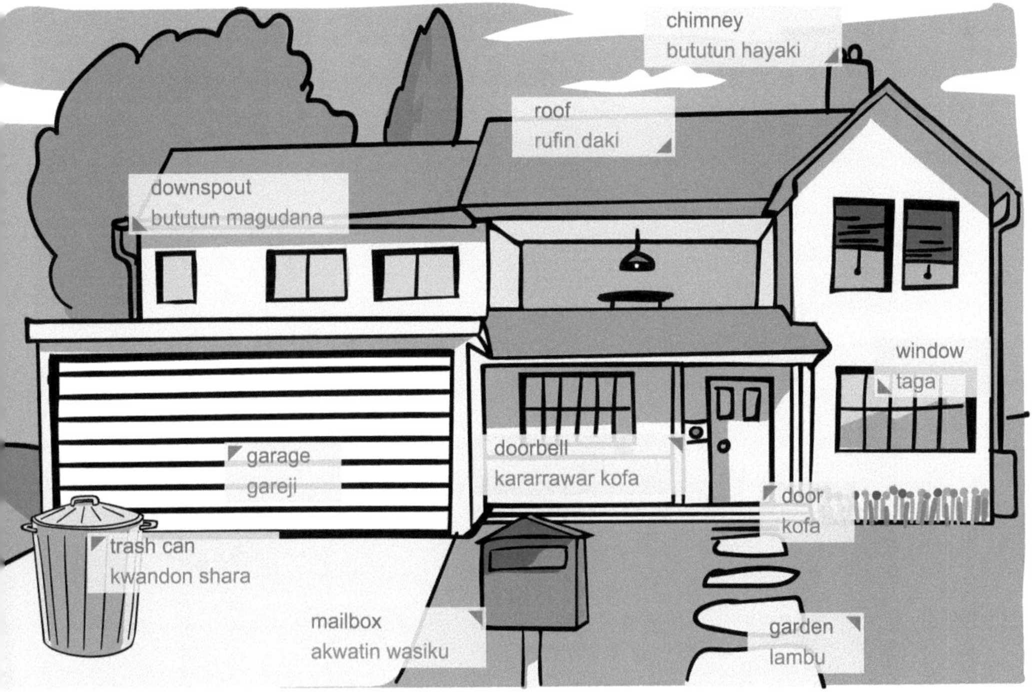
chimney
bututun hayaki
roof
rufin daki
downspout
bututun magudana
window
taga
doorbell
kararrawar kofa
garage
gareji
door
kofa
trash can
kwandon shara
mailbox
akwatin wasiku
garden
lambu

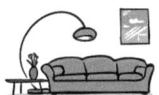

living room

falo

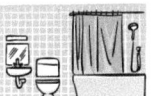

bathroom

dakin wanka

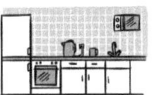

kitchen

kicin

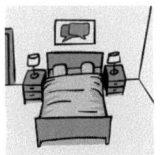

bedroom

dakin kwana

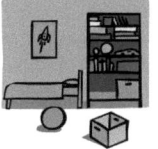

kids room

dakin yaro

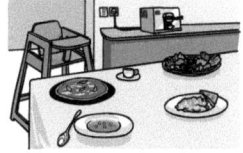

dining room

dakin cin abinci

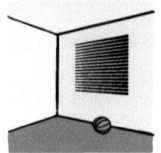

floor

dabe

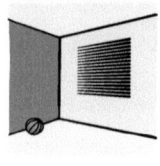

wall

bango

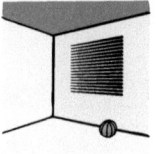

ceiling

sili

cellar

dakin karkashin kasa

sauna

wurin wankan dumi

balcony

barandar bene

terrace

baranda

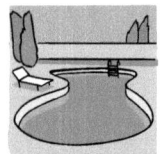

pool

gulbin ninkaya

lawn mower

injin yanke ciyawa

sheet

kwano

bedspread

zanen gado

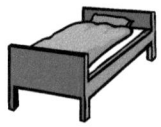

bed

gado

broom

tsintsiya

bucket

bokiti

switch

makunni

living room
falo

wallpaper
takardar bango
picture
hoto
lamp
fitila
shelf
kantar littattafai
cabinet
kabed
television
talbijin
fireplace
wurin wuta
flower
fure
cushion
kushin
sofa
babbar kujera
vase
gilashin fure
remote control
rimot

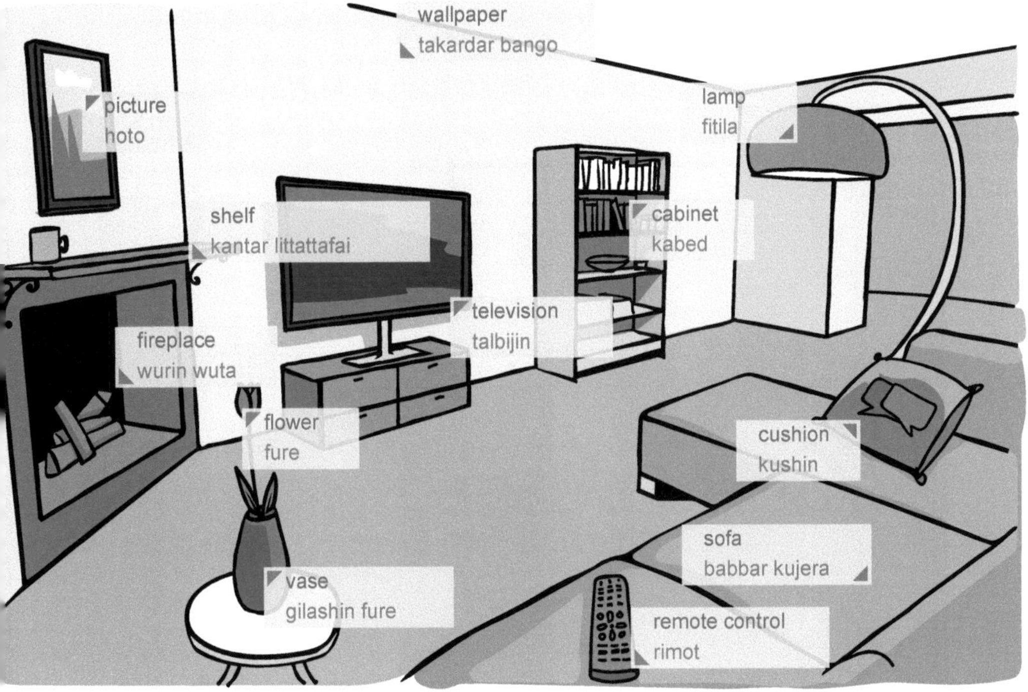

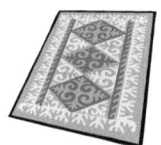

carpet
darduma

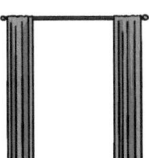

drape
labule

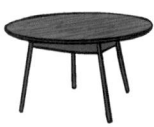

table
teburi

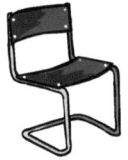

chair
kujera

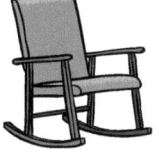

rocking chair
kujera mai shillo

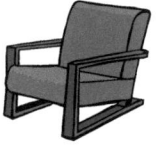

armchair
kujera mai hannu

book
littafi

blanket
bargo

decoration
kwalliya

firewood
itacen girki

film
fim

stereo system
kayan hi-fi

key
makulli

newspaper
jarida

painting
zanen fenti

poster
fasta

radio
rediyo

notebook
takardar rubutu

vacuum cleaner
na'urar share darduma

cactus
murtsunguwa

candle
kyandir

kitchen
kicin

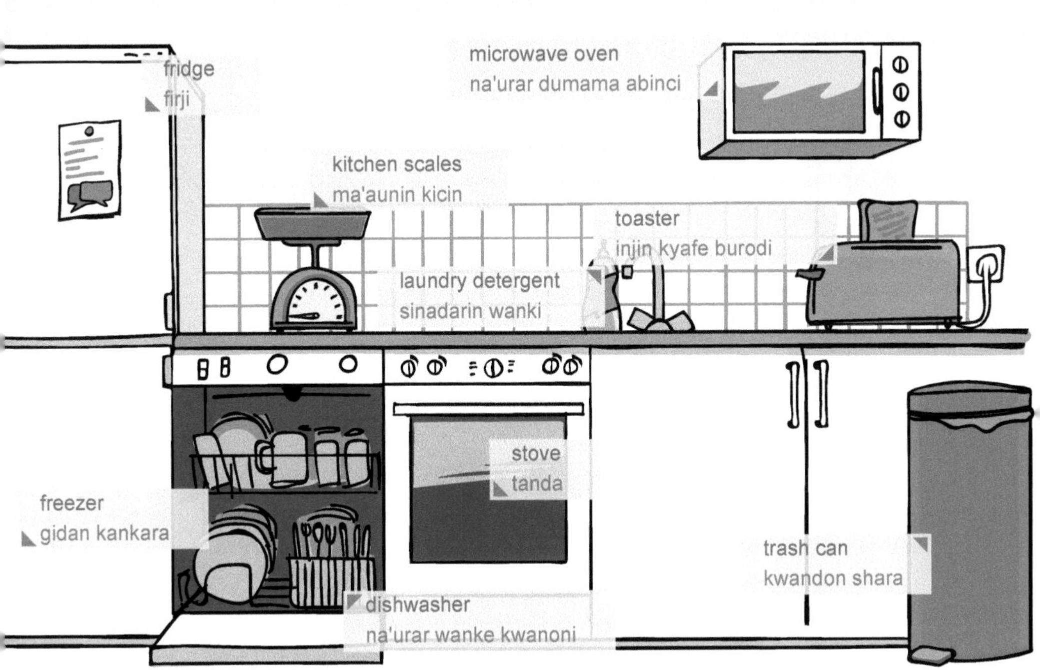
fridge
firji
microwave oven
na'urar dumama abinci
kitchen scales
ma'aunin kicin
toaster
injin kyafe burodi
laundry detergent
sinadarin wanki
stove
tanda
freezer
gidan kankara
trash can
kwandon shara
dishwasher
na'urar wanke kwanoni

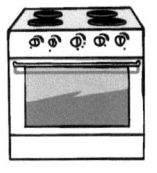

cooker
cooker

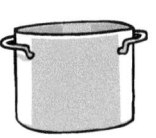

pot
tukunya

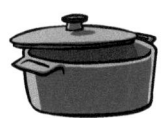

cast-iron pot
tukunyar alminiyum

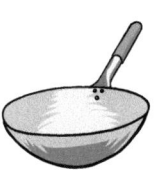

wok / kadai
kwanon suya

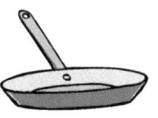

pan
kwanan suya

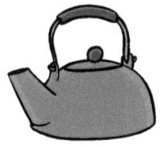

kettle
buta

steamer

tukunyar dumi

baking tray

kwanan gashi

crockery

kayan tangaran

mug

tambulan

bowl

kwano

chopsticks

tsinkayen cin abinci

ladle

ludayi

spatula

ludayin suya

whisk

makadin kwai

strainer

rariya

sieve

mataci

grater

na'urar nika

mortar

turmi

barbecue

balangu

fireplace

wutar sarari

chopping board

katakon yanke-yanke

rolling pin

katakon murji

corkscrew

mabudin kwalba

can

gwangwani

can opener

mabudin gwangwani

oven cloth

hannun tukunya

sink

wurin wanke-wanke

brush

burushi

sponge

soso

blender

bilenda

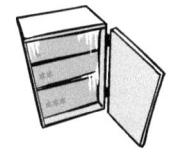

deep freezer

babban gidan kankara

baby bottle

bulumboti

tap

famfo

bathroom
dakin wanka

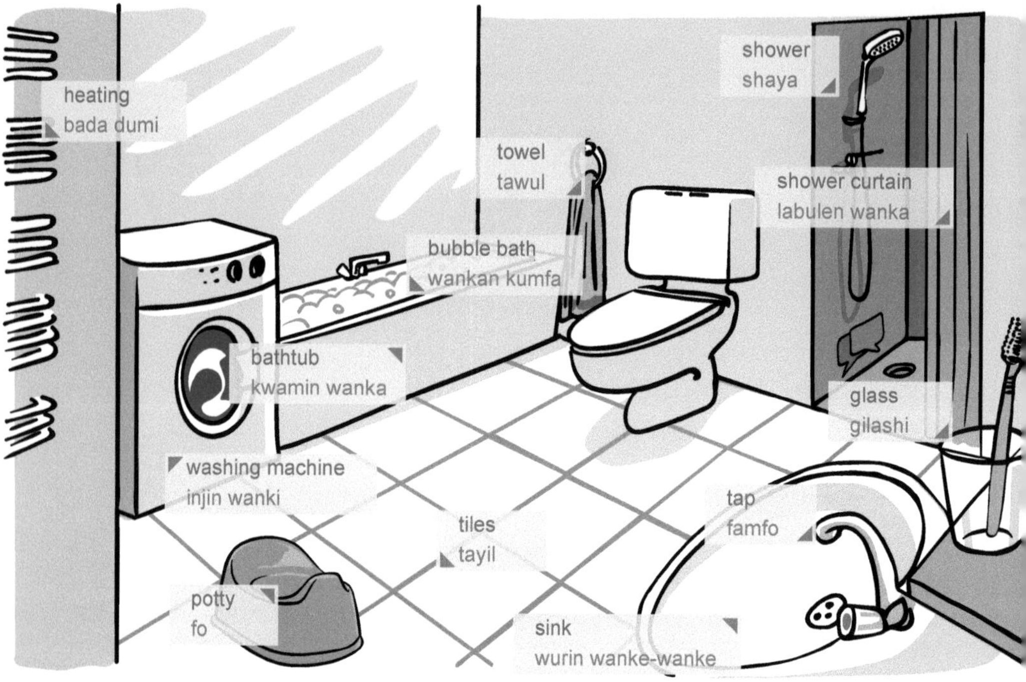

heating
bada dumi

towel
tawul

shower
shaya

shower curtain
labulen wanka

bubble bath
wankan kumfa

bathtub
kwamin wanka

glass
gilashi

washing machine
injin wanki

tap
famfo

tiles
tayil

potty
fo

sink
wurin wanke-wanke

toilet

bandaki

squat toilet

bandakin tsuguno

bidet

kwamin tsarki

urinal

wurin fitsari

toilet paper

takardar bandaki

toilet brush

burushin bandaki

toothbrush

burushin hakori

toothpaste

man hakori

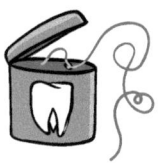

dental floss

zaren sakace

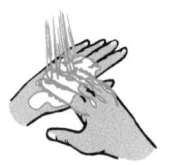

wash

wanke

hand shower

shayar hannu

douche

wankin farji

basin

kwamin wanke hannu

back brush

burushin wanke baya

soap

sabulu

shower gel

ruwan sabulun wanka

shampoo

man gyaran gashi

flannel

tsumman wanka

drain

lambatu

creme

kirim

deodorant

turaren kamshi

mirror

madubi

hand mirror

madubin hannu

razor

reza

shaving foam

man yaran fuska

aftershave

man aski

comb

mataji

brush

burushi

hair-dryer

na'urar busar da gashi

hairspray

man gashi

makeup

kwalliya

lipstick

jan-baki

nail varnish

man farce

cotton wool

audugar goge kunne

nail scissors

almakashin yankan farce

perfume

turare

washbag

jakar wanka

stool

bahaya

weighing scales

ma'aunin nauyi

bathrobe

rigar wanka

rubber gloves

safar roba

tampon

audugar haila

sanitary towel

audugar mata

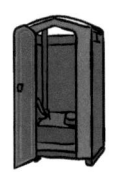

chemical toilet

bandakin tafi-da-gidanka

kids room
dakin yaro

alarm clock
agogo mai kararrawa
cuddly toy
yartsanar tsumma
toy car
motar wasan yara
rattle
kara
doll's house
gidan 'yartsana
present
kyauta

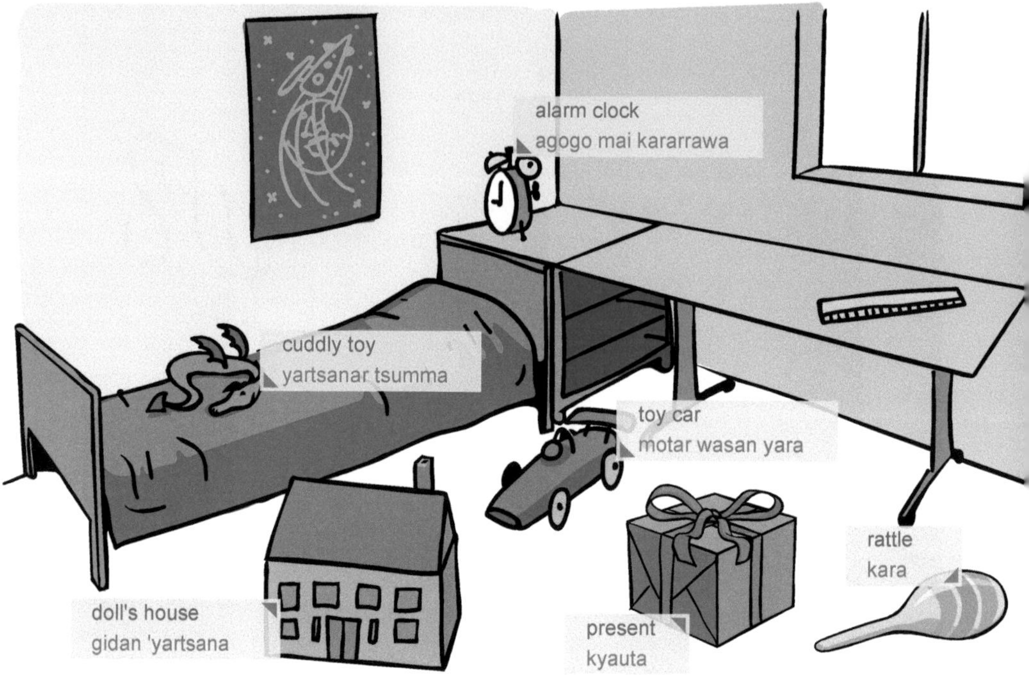

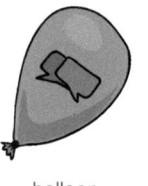

balloon

balo

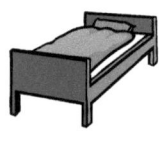

bed

gado

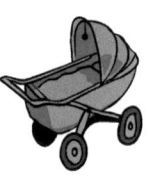

stroller

keken jarirai

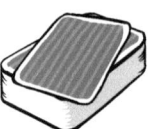

deck of cards

benen kwalaye

jigsaw

wasa kwakwalwa

SUPER MEGA

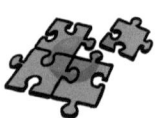

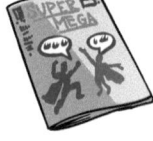

comic

ban dariya

lego bricks

tubalan roba

toy blocks

tubalan gini

action figure

mutum-mai-aiki

romper suit

rigar jariri

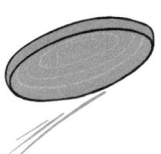

frisbee

Dokin iska

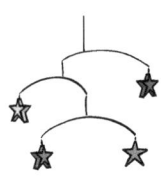

mobile

tafi-da-gidanka

board game

wasan dara

dice

dan ludo

model train set

zubin kwatancin jirgin kasa

pacifier

mutum-mutumi

party

walima

picture book

littafi mai hotuna

ball

kwallo

doll

yartsana

play

yi wasa

sandpit

akwatin yashi

swing

lilo

toys

kayan wasan yara

video game console

allon wasannin bidiyo

tricycle

babur mai taya uku

teddy bear

yartsanar tsumma

wardrobe

wadirob

clothing

tufafi

socks

safa

stockings

sitokins

tights

matse-jiki

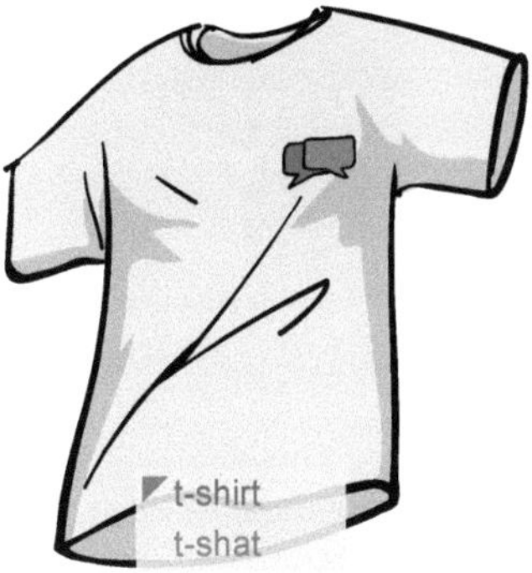

scarf
adiko

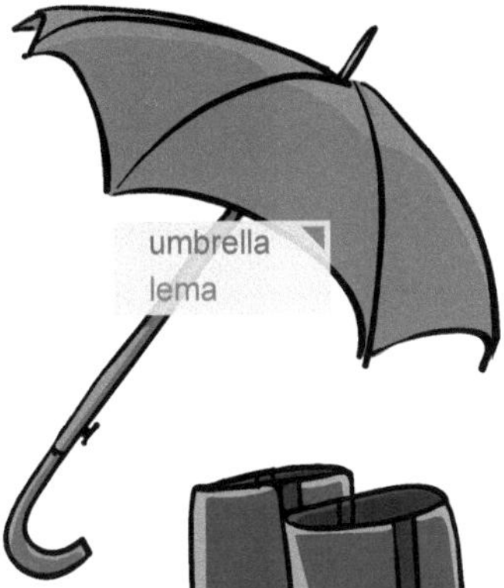

belt
belet

umbrella
lema

t-shirt
t-shat

sneakers
takalman wasa

boots
takalman aiki

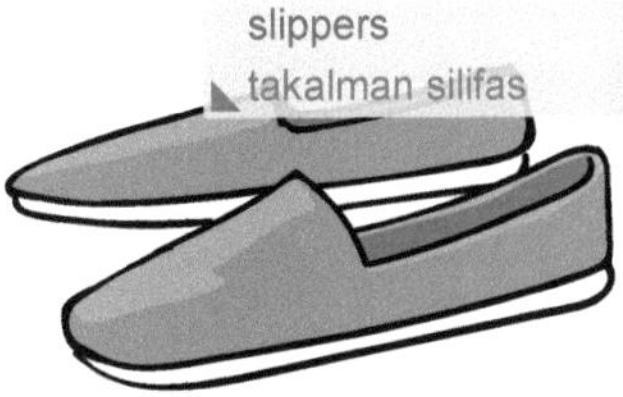

slippers
takalman silifas

sandals

takalman sandal

shoes

takalma

rubber boots

takalman roba

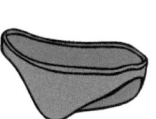

underwear

kamfai

bra

rigar nono

undershirt

falmaran

body

jiki

pants

wando

jeans

jeans

skirt

dantofi

blouse

rigar mata

shirt

karamar riga

pullover

riga mai hula

sweater

hular riga

blazer

bileza

jacket

jaket

coat

kwat

raincoat

rigar ruwa

costume

kayan yayi

dress

kayan sawa

wedding dress

rigar aure

suit

kwat da wando

nightgown

rigar dare

pajamas

kayan barci

sari

sari

headscarf

dankwali

turban

rawani

burka

hijabi

kaftan

kaftani

abaya

abaya

swimsuit

rigar iyo

trunks

wandon wasa

shorts

gajeran wando

tracksuit

kayan wasanni

apron

kyallen aiki

gloves

safar hannu

button

maballi

glasses

tabarau

bracelet

awarwaro

necklace

tsakiya

ring

zobe

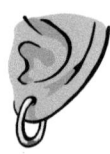

earring

dan kunne

cap

hula

coat hanger

maratayin kwat

hat

malafa

tie

lakataya

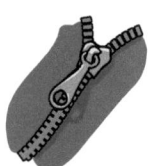

zip

zi

helmet

hular kwano

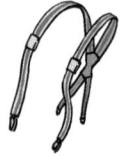

braces

masu daidaita hakori

school uniform

kayan makaranta

uniform

yunifom

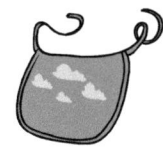

bib

kyallen cin abincin jariri

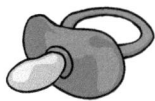

pacifier

mutum-mutumi

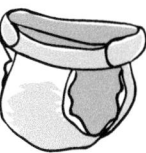

diaper

kunzugu

office

ofis

server
saba
filing cabinet
kabed din fayiloli
printer
na'urar dab'i
paper
takarda
monitor
fuskar kwamfuta
desk
babban teburi
mouse
mouse
folder
makunshi
keyboard
allon madannai
waste-paper basket
kwandon shara
chair
kujera
computer
kwamfuta

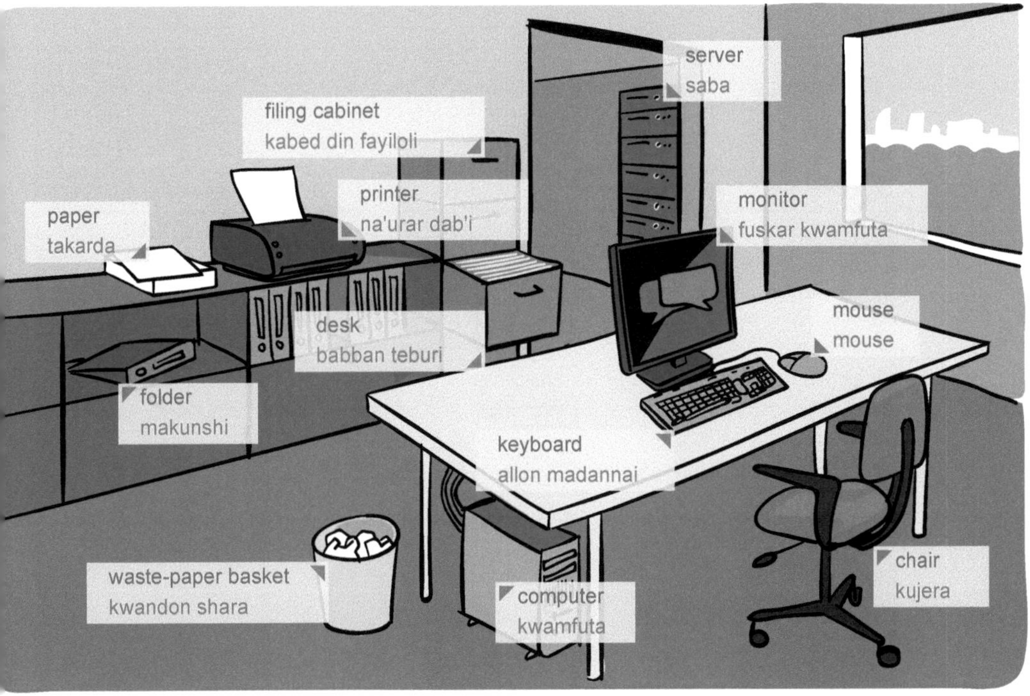

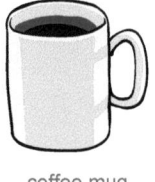

coffee mug

tambulan kofi

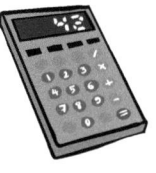

calculator

kwakuleta

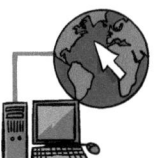

internet

intanet

laptop	letter	message
laptop	wasika	sako

cell phone	network	photocopier
tafi-da-gidanka	sadarwa	na'urar hoton takarda

software	telephone	plug socket
kwakwalwar kwamfuta	tarho	jona soket
	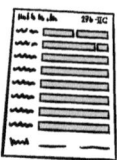	
fax machine	form	document
na'urar faks	fom	daftari

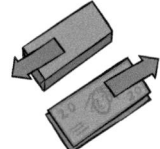

buy

sayi

pay

biya

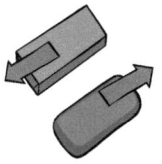

trade

yi ciniki

money

kudi

USD

dollar

dala

EUR

euro

euro

JPY

yen

yen

RUB

rouble

robul

CHF

Swiss franc

franc na Swiss

CNY

renminbi yuan

renminbi yuan

INR

rupee

rupee

cash point

injin bada kudi

currency exchange office

gidan canjin kudi

gold

zinare

silver

azurfa

oil

mai

energy

makamashi

price

farashi

contract

matuntuba

tax

haraji

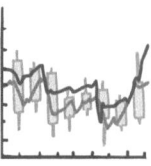

stock

kaya

work

yi aiki

employee

ma'aikaci

employer

mai daukar ma'aikata

factory

masana'anta

shop

kanti

police officer
jami'in dansanda

fireman
ma'aikaci kashe gobara

cook
kuku

doctor
likita

pilot
direban jirgin sama

gardener

mai aikin lambu

carpenter

kafinta

seamstress

mace mai dinki

judge

alkali

chemist

mai hada magunguna

actor

jarumi

bus driver

direban bas

taxi driver

direban tasi

fisherman

masunci

cleaning lady

mace mai shara

roofer

mai aikin rufi

waiter

sabis

hunter

mafarauci

painter

mai fenti

baker

mai yin burodi

electrician

mai gyaran lantarki

builder

magini

engineer

injiniya

butcher

mahauci

plumber

mai gyaran famfo

postman

mai raba wasiku

soldier

soja

architect

mai zayyanar gidaje

cashier

mai biyan kudi

florist

mai sayar da furanni

hairdresser

mai gyaran gashi

conductor

mai kida

mechanic

bakanike

captain

kyaftin

dentist

likitan hakori

scientist

masanin kimiyya

rabbi

limamin yahudu

imam

liman

monk

mai ibadar kirista

pastor

malamin addini

tools

kayan aiki

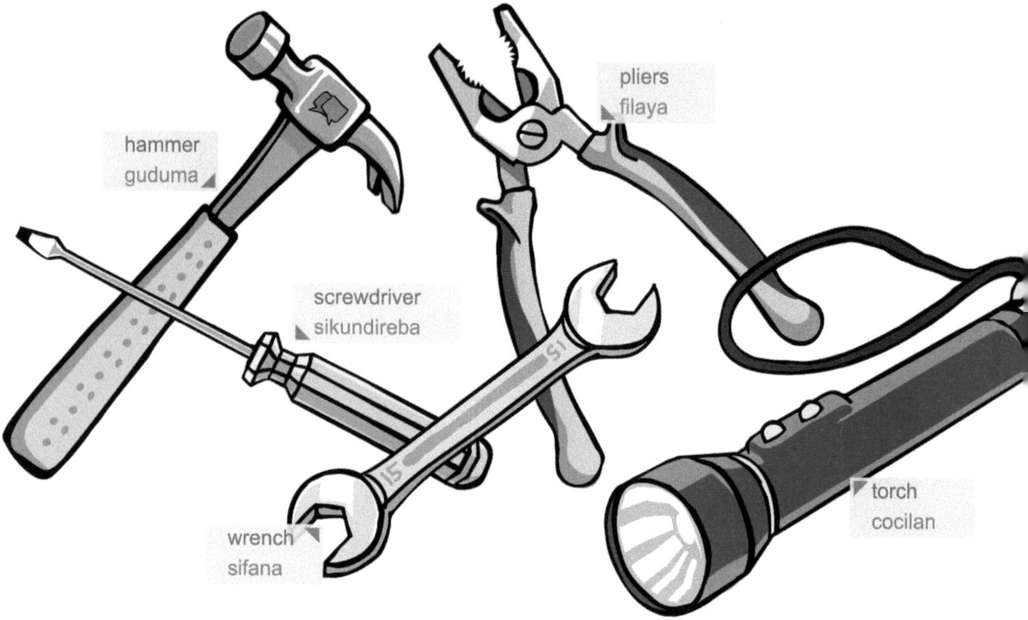

hammer
guduma
pliers
filaya
screwdriver
sikundireba
wrench
sifana
torch
cocilan

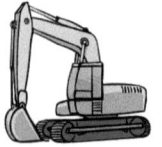

excavator

diga

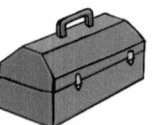

toolbox

akwatin kayan aiki

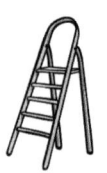

ladder

tsani

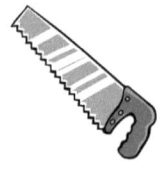

saw

zarto

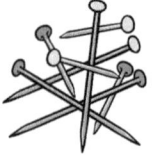

nails

kusoshi

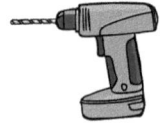

drill

abin hudawa

repair

gyara

shovel

chebur

Damn!

Tafdi!

dustpan

makwashin shara

paint can

tukunyar fenti

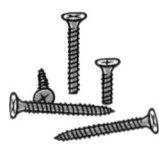

screws

kusoshi masu barima

musical instruments
kayan kida

drum set
tarkacen ganga

loud speaker
lasifika

guitar
jita

double bass
rubin sauti

trumpet
begila

piano

fiyano

violin

goge

bass

karamin sauti

timpani

gangunan timpani

drums

ganguna

keyboard

masarrafin fiyano

saxophone

saxophone

flute

sarewa

microphone

makirfo

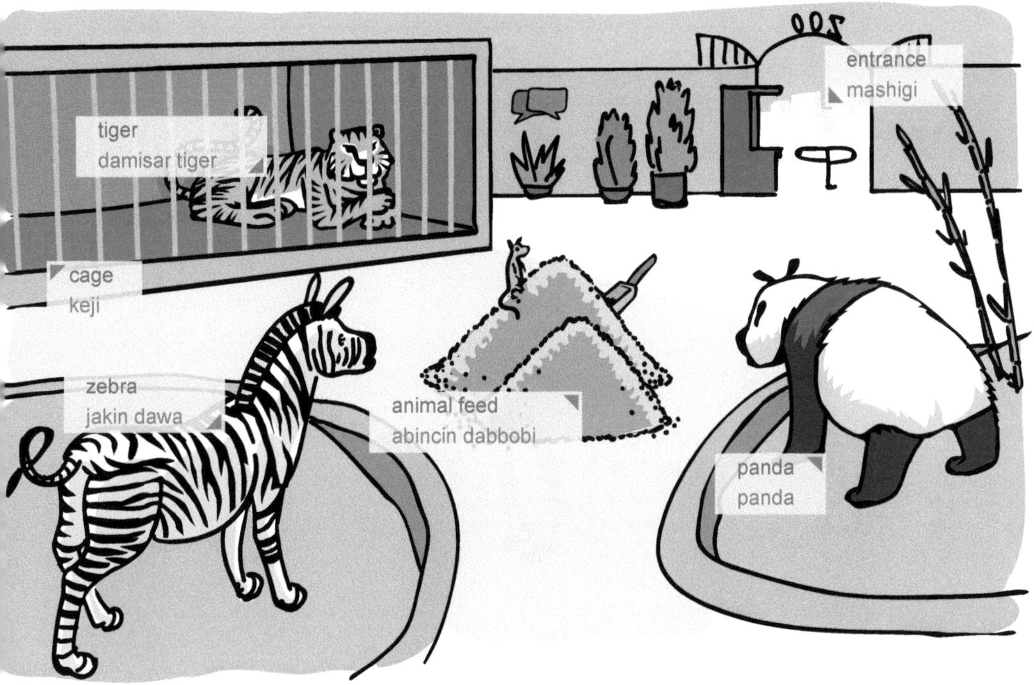

entrance
mashigi

tiger
damisar tiger

cage
keji

zebra
jakin dawa

animal feed
abincin dabbobi

panda
panda

animals
dabbobi

elephant
giwa

kangaroo
babba-da-jaka

rhino
karkanda

gorilla
goggon biri

bear
dabbar bear

camel

rakumi

ostrich

jimina

lion

zaki

monkey

biri

flamingo

dinya

parrot

aku

polar bear

bear ta yankin kankara

penguin

penguin

shark

kifin shark

peacock

dawisu

snake

maciji

crocodile

kada

zookeeper

mai tsaro zu

seal

seal

jaguar

damisar jaguar

pony

dukushi

leopard

damisar leopard

hippo

mugun dawa

giraffe

rakumin dawa

eagle

mikiya

boar

aladen daji

fish

kifi

turtle

kunkuru

walrus

walrus

fox

dila

gazelle

barewa

American football
kwallon kafar Amurka

cycling
tseren keke

tennis
wasan tennis

basketball
kwallon kwando

swimming
ninkaya

boxing
dambe

ice hockey
kwallon gora na cikin kar

soccer

kwallon kafa

badminton

badiminton

athletics

wasannin motsa jiki

handball

kwallon hannu

skiing

wasan kan kankara

polo

kwallon dawaki

activities
harkoki

laugh
yi dariya
jump
yi tsalle
hug
rungumi
walk
yi tattaki
sing
rera waka
dream
mafarki
pray
yi addu'a
kiss
sumbaci

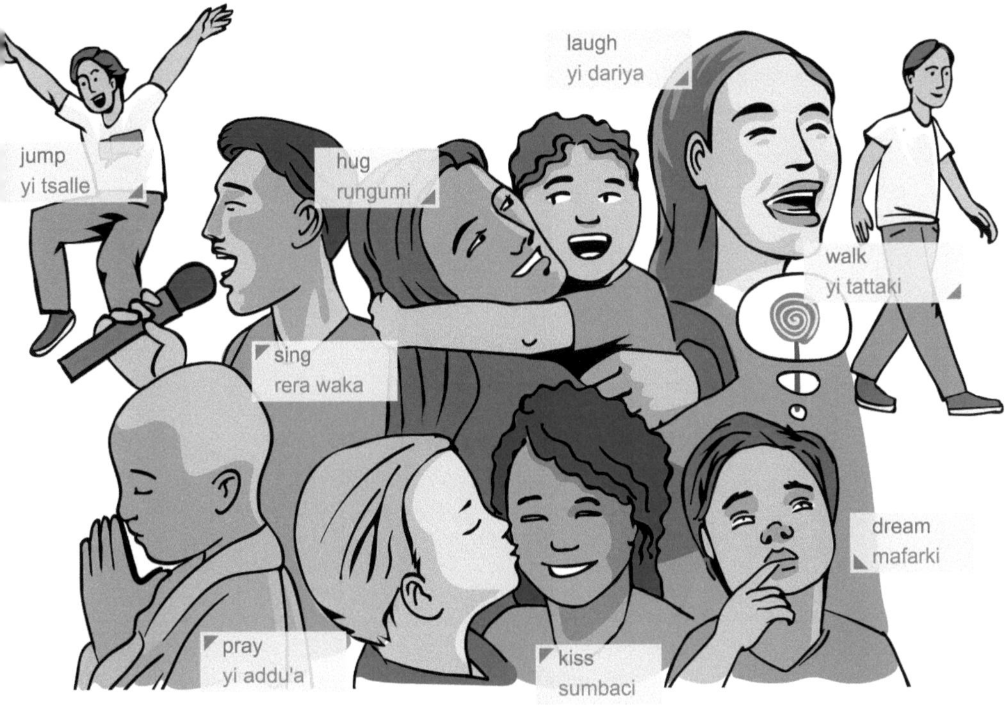

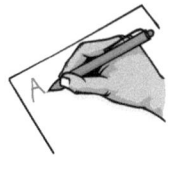

write
rubuta

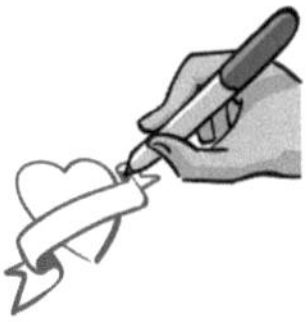

draw
zana

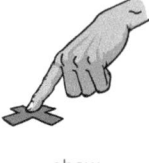

show
nuna

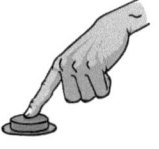

push
tura

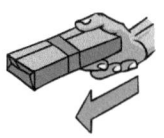

give
bayar

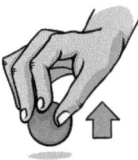

take
dauki

have
sami

do
yi

be
kasance

stand
tsaya

run
gudu

pull
jawo

throw
jefa

fall
faduwa

lie
yi karya

wait
jira

carry
dauki

sit
zauna

get dressed
sanya tufafi

sleep
yi barci

wake up
farka

look at

kalli

cry

kuka

stroke

bugi

comb

taje

talk

yi magana

understand

fahimci

ask

tambayi

listen

saurari

drink

sha

eat

ci

tidy up

tattare

love

yi soyayya

cook

dafa

drive

yi tuki

fly

tashi

sail

tafi a kwalekwale

calculate

kwakuleta

read

karanta

learn

koyi

work

yi aiki

marry

yi aure

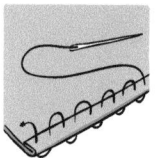

sew

dinka

brush teeth

goge hakora

kill

kashe

smoke

busa taba

send

aika

family
iyali

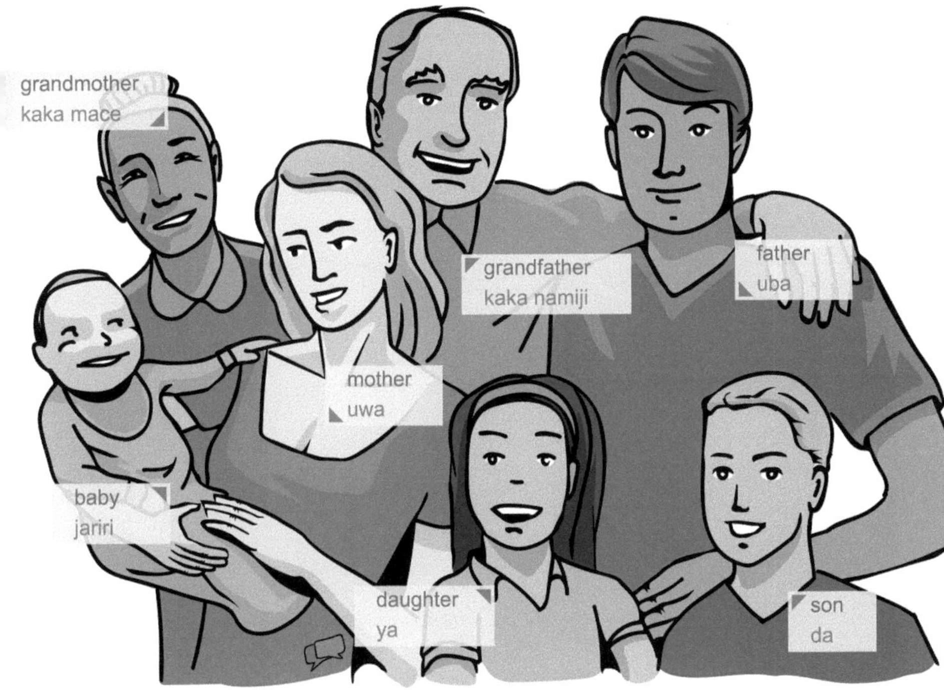
grandmother
kaka mace
grandfather
kaka namiji
father
uba
mother
uwa
baby
jariri
daughter
ya
son
da

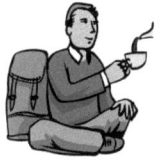

guest
bako

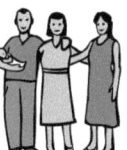

aunt
gwaggo

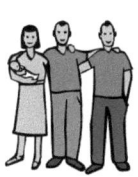

uncle
kawu

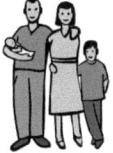

brother
dan'uwa

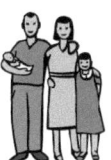

sister
yar'uwa

body

jiki

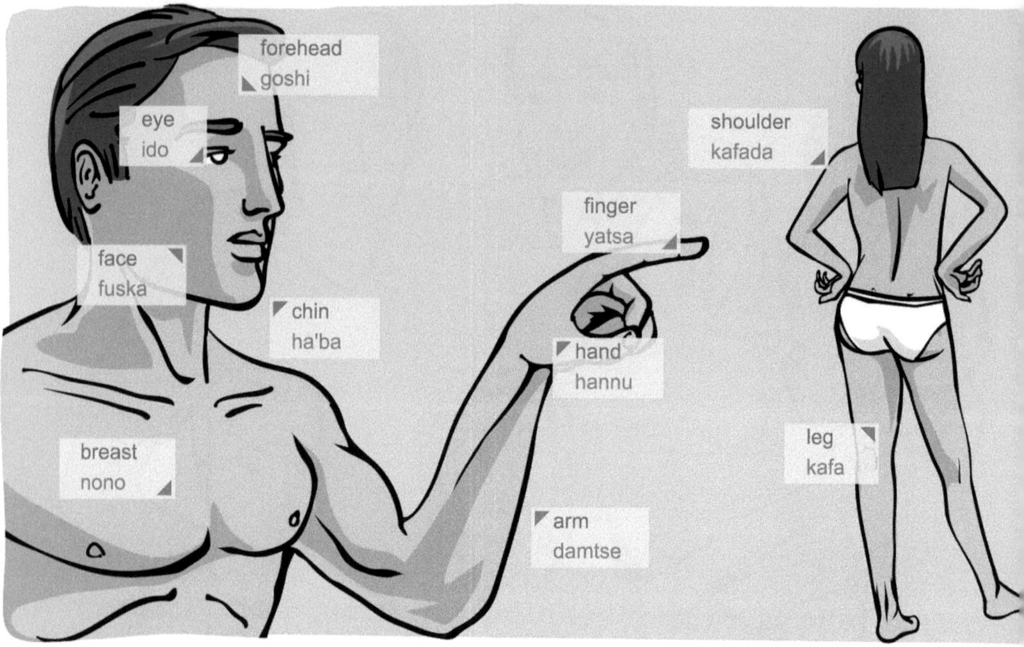

forehead
goshi

eye
ido

face
fuska

chin
ha'ba

breast
nono

shoulder
kafada

finger
yatsa

hand
hannu

arm
damtse

leg
kafa

baby

jariri

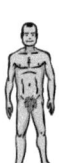

man

mutum

woman

mace

girl

yarinya

boy

yaro

head

kai

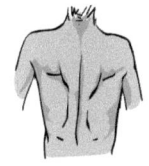

back

baya

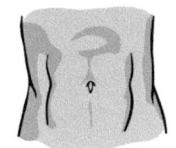

belly

tulun ciki

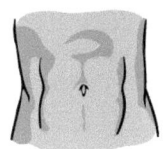

navel

maballin ciki

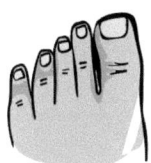

toe

yatsan kafa

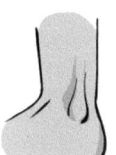

heel

dudduge

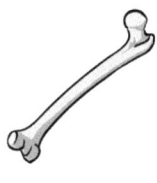

bone

kashi

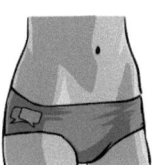

hip

kugu

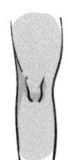

knee

guiwa

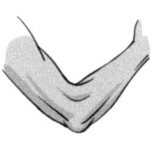

elbow

guiwar hannu

nose

hanci

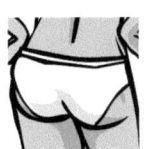

buttocks

kasa

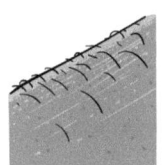

skin

fata

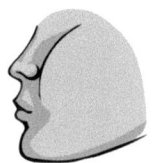

cheek

kumatu

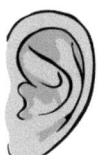

ear

kunne

lip

lebe

body - jiki

mouth

wata

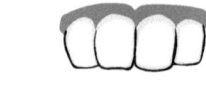

tooth

hakori

tongue

harshe

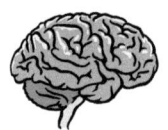

brain

kwakwalwa

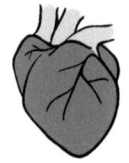

heart

zuciya

muscle

kwanji

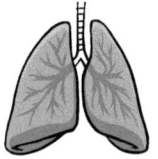

lung

huhu

liver

hanta

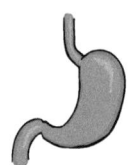

stomach

ciki

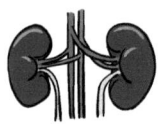

kidneys

koda

sex

jima'i

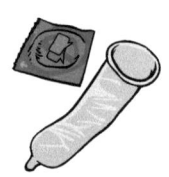

condom

kwaroron roba

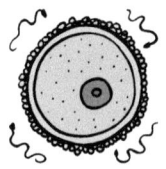

ovum

kwan mahaifa

semen

maniyyi

pregnancy

juna-biyu

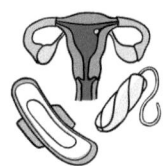

menstruation
....
haila

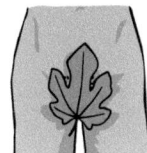

vagina
....
farji

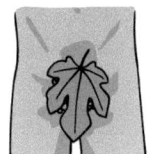

penis
....
zakari

eyebrow
....
gira

hair
....
gashi

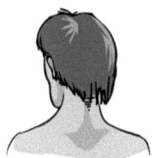

neck
....
wuya

hospital
asibiti

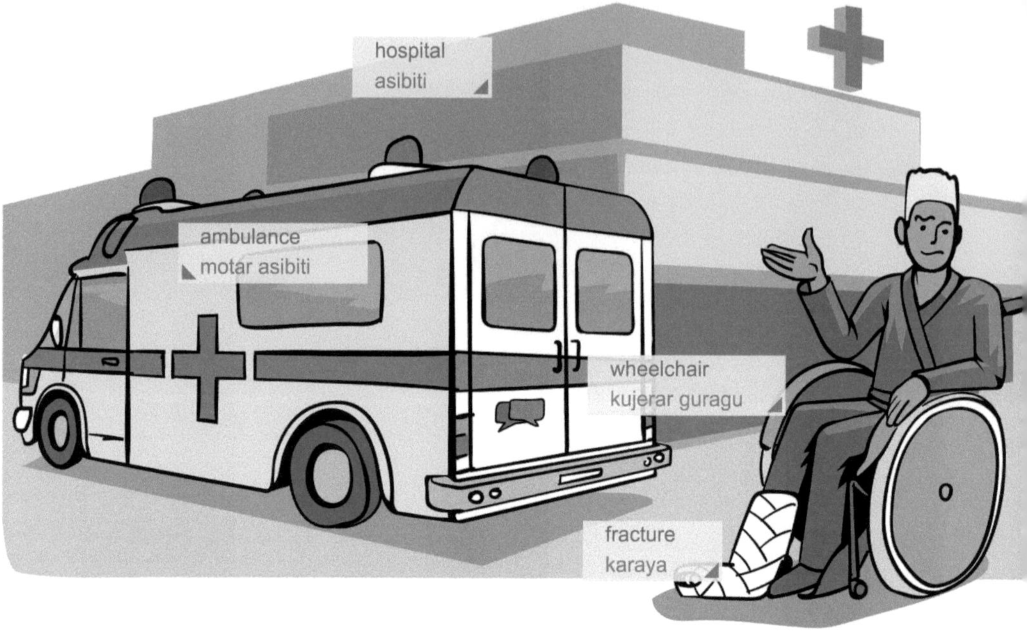

hospital
asibiti
ambulance
motar asibiti
wheelchair
kujerar guragu
fracture
karaya

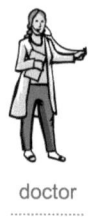

doctor

likita

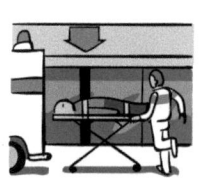

emergency room

dakin kulawar gaggawa

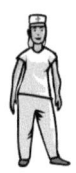

nurse

ma'aikaciyar jinya

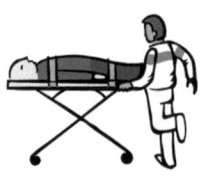

emergency

na gaggawa

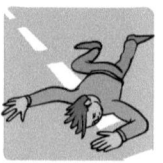

unconscious

magashiyyan

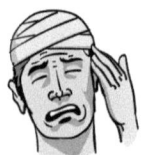

pain

radadi

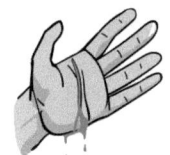

injury

rauni

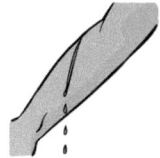

bleeding

zubar jini

heart attack

bugun zuciya

stroke

bugun jini

allergy

kyan-jiki

cough

tari

fever

zazzabi

flu

mura

diarrhea

gudawa

headache

ciwon kai

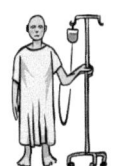

cancer

cutar sankara

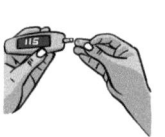

diabetes

ciwon suga

surgeon

likitan tiyata

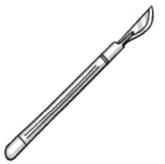

scalpel

wukar likita

operation

tiyata

CT
CT

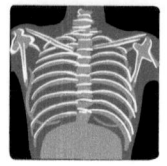

x-ray
hoton kirji

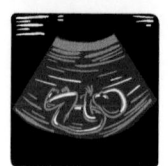

ultrasound
hoton ciki

face mask
marufin fuska

disease
cuta

waiting room
dakin jira

crutch
madogari

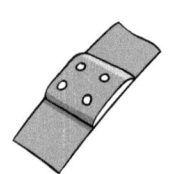

plaster
filasta

bandage
bandeji

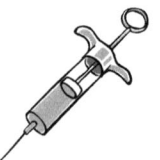

injection
allura

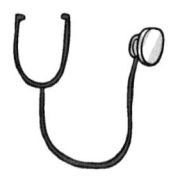

stethoscope
na'urar awon zuciya

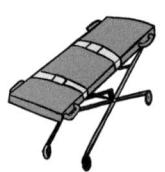

stretcher
gadon daukar marar lafiya

clinical thermometer
na'urar auna zafin jiki

birth
haihuwa

overweight
yawan nauyi

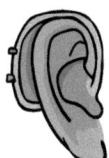

hearing aid

abin kara ji

disinfectant

sinadarin kashe kwayoyin cuta

infection

kamuwar cuta

virus

kwayar cuta

HIV / AIDS

Cutar Kanjamau

medicine

magani

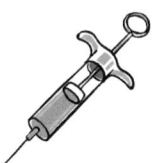

vaccination

riga-kafi

tablets

kwayoyin magani

pill

magani

emergency call

kiran gaggawa

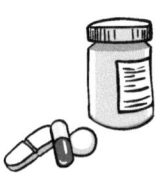

blood pressure monitor

ma'aunin hawan jini

ill / healthy

cuta / lafiya

Help!

Taimako!

alarm

kararrawa

assault

farmaki

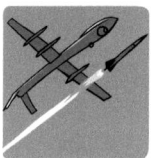

attack

hari

danger

hatsari

emergency exit

kofar ko-takwana

Fire!

Wuta!

fire extinguisher

abin kashe wuta

accident

hadari

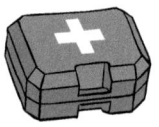

first-aid kit

kayan taimakon gaggawa

SOS

Neman taimako

police

dansanda

Europe

Turai

North America

Amurka ta Arewa

South America

Amurka ta Kudu

Africa

Afirka

Asia

Asiya

Australia

Australia

Atlantic

Atlantika

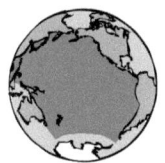

Pacific

Pacific

Indian Ocean

Tekun Indiya

Antarctic Ocean

Tekun Antatika

Arctic Ocean

Tekun Arctic

North pole

Barin duniya na Arewa

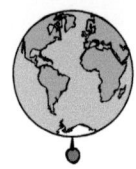

South pole

Barin duniya na Kudu

Antarctica

Antatika

earth

Kasa

land

tsandauri

sea

kogi

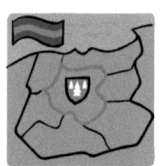

island

tsibiri

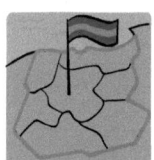

nation

kasa

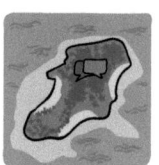

state

jiha

clock face

fuskar agogo

hour hand

hannun awa

minute hand

hannun mintuna

second hand

hannun dakika

What time is it?

Karfe nawa yanzu?

day

rana

time

lokaci

now

yanzu

digital watch

agogon dijita

minute

minti

hour

awa

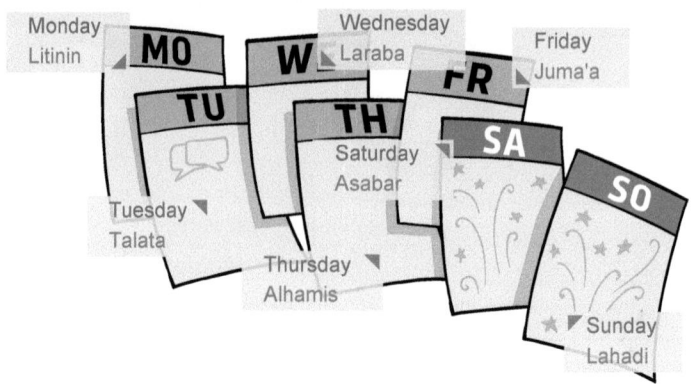

Monday — Litinin
Wednesday — Laraba
Friday — Juma'a
Tuesday — Talata
Thursday — Alhamis
Saturday — Asabar
Sunday — Lahadi

yesterday

jiya

today

yau

tomorrow

gobe

morning

safiya

noon

tsakar rana

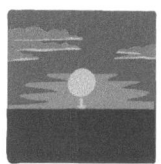

evening

yamma

workdays

ranakun kasuwanci

weekend

karshen mako

year

shekara

rainbow
bakan-gizo
rain
ruwan sama
snow
dusar kankara
wind
iska
spring
damina
fall
Kaka
summer
bazara
winter
lokacin sanyi

4.APRIL 11°
5.APRIL 4°
6.APRIL 13°
7.APRIL 8°
8.APRIL 10°

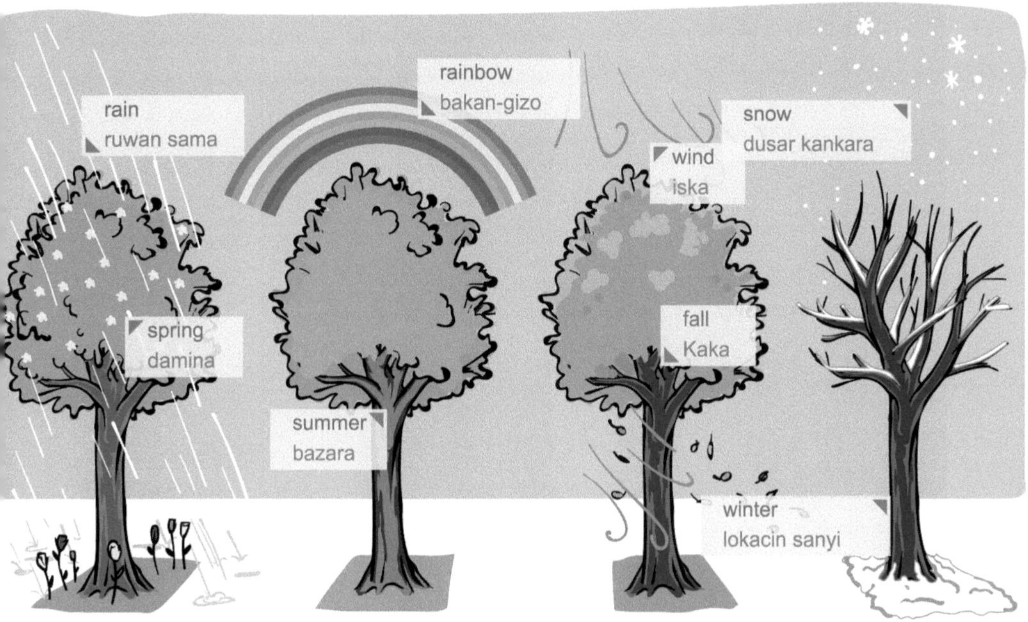

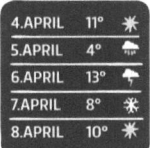

weather forecast

hasashen yanayi

F
C
120
90
60
30
0
-30
40
30
20
10
0
-10
-20

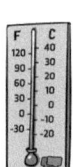

thermometer

na'urar gwajin zafi da sanyi

sunshine

hasken rana

cloud

gajimare

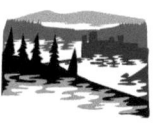

fog

hazo

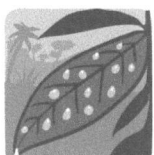

humidity

dumi

lightning

walkiya

thunder

aradu

storm

guguwa

hail

kankarar ruwan sama

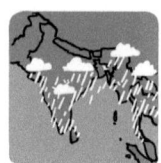

monsoon

iskar bazara

flood

ambaliyar ruwa

ice

kankara

January

Janairu

February

Fabarairu

March

Maris

April

Afirilu

May

Mayu

June

Yuni

July

Yuli

August

Agusta

year - shekara

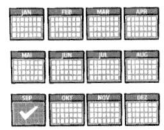

September
....
Satumba

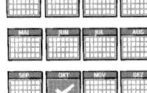

October
....
Oktoba

November
....
Nuwamba

December
....
Disamba

shapes

siffofi

circle
....
da'ira

square
....
murabba'i

rectangle
....
kusurwa hudu

triangle
....
kusurwa uku

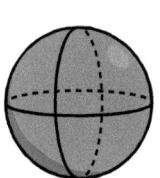

sphere
....
mulmulalle

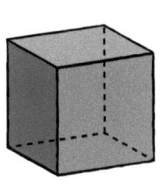

cube
....
dunkule

white
fari

yellow
rawaya

orange
ruwan lemo

pink
ruwan shanshanbali

red
ja

purple
garura

blue
shudi

green
kore

brown
ruwan kasa

gray
ruwan toka

black
baki

a lot / a little

da yawa / kadan

angry / calm

fushi / nutsuwa

beautiful / ugly

kyakkyawa / mummuna

beginning / end

farko / karshe

big / small

babba / karami

bright / dark

mai haske / mai duhu

brother / sister

dan uwa / 'yar uwa

clean / dirty

mai tsafta / kazami

complete / incomplete

cikakke / maras cika

day / night

rana / dare

dead / alive

matacce / mai rai

wide / narrow

mai fadi / matsattse

edible / inedible

na ci / ba na ci ba

evil / kind

mugu / mai tausayi

excited / bored

mai karsashi / gajiyayye

fat / thin

kakkaura / siriri

first / last

na farko / na karshe

friend / enemy

aboki / makiyi

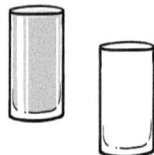

full / empty

cikakke / holoko

hard / soft

mai tauri / mai laushi

heavy / light

mai nauyi / marar nauyi

hunger / thirst

yunwa / kishin ruwa

ill / healthy

cuta / lafiya

illegal / legal

haramtacce / halastacce

intelligent / stupid

mai basira / dakiki

left / right

hagu / dama

near / far

kusa / nesa

new / used

sabo / na-hannu

nothing / something

ba komai / wani abu

old / young

tsoho / yaro

on / off

kunna / kashe

open / closed

a bude / a rufe

quiet / loud

shiru / kara

rich / poor

mai arziki / talaka

right / wrong

daidai / bata

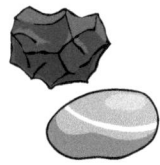

rough / smooth

mai kaushi / mai santsi

sad / happy

bakin ciki / farin ciki

short / long

gajere / dogo

slow / fast

a sannu / da sauri

wet / dry

jikakke / busasshe

warm / cool

dumi / sanyi

war / peace

yaki / zaman lafiya

0

zero

sifili

1

one

daya

2

two

biyu

3

three

uku

4

four

hudu

5

five

biyar

6

six

shida

7

seven

bakwai

8

eight

takwas

9

nine

tara

10

ten

goma

11

eleven

goma sha daya

12

twelve

goma sha biyu

13

thirteen

goma sha uku

14

fourteen

goma sha hudu

15

fifteen

goma sha biyar

16

sixteen

goma sha shida

17

seventeen

goma sha bakwai

18

eighteen

goma sha takwas

19

nineteen

goma sha tara

20

twenty

ashirin

100

hundred

dari

1.000

thousand

dubu

1.000.000

million

miliyan

English

Turanci

American English

Turancin Amurka

Chinese Mandarin

Mandarin na China

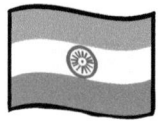

Hindi

Hindi

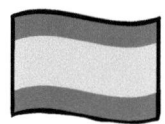

Spanish

Sifaniyanci

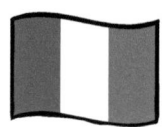

French

Faransanci

Arabic

Larabci

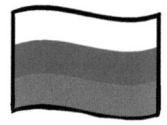

Russian

Yaren Rasha

Portuguese

Yaren Portugal

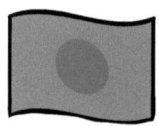

Bengali

Bengali

German

Yaren Jamus

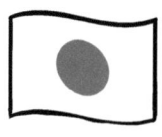

Japanese

Yaren Japan

I

ni

you

kai

he / she / it

shi / ita / ita

we

mu

you

ku

they

su

who?

wa?

what?

me?

how?

ya ya?

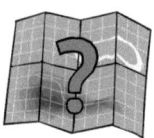

where?

a ina?

when?

yaushe?

name

suna

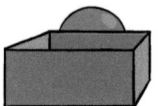

behind

a baya

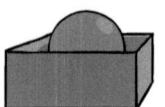

in

a ciki

in front of

a gaban

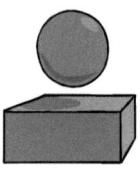

over

saman

on

akai

under

karkashi

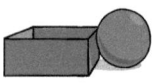

beside

a gefe

between

a tsakani

place

wuri